चारोळ्या...मनातल्या जनातल्या

प्रल्हाद दुधाळ

Made with ❤ on the Notion Press Platform
www.notionpress.com

मनोगत

नमस्कार, मी प्रल्हाद दुधाळ,निवृत्त उपविभागीय अभियंता,बी एस एन एल पुणे,मला लहानपणापासूनच वाचनाची प्रचंड आवड होती.कॉलेजला शिकत असताना वाचनाबरोबरच चारोळ्या,कविता,कथा व लेख लिहिण्याचा छंद लागला.सुरुवातीला स्वान्तसुखाय स्वरूपाचे असलेले माझे लेखन जेव्हा मित्र मंडळींनी वाचले आणि त्यांना ते आवडले तेव्हापासून हा छंद मी जाणीवपूर्वक जोपासू लागलो.

भारतीय दूरसंचार खात्यात नोकरीला लागलो आणि नोकरीच्या व्यापात लिहिण्याचा वेग थोडा मंद झाला तरीही 'काही असे काही तसे', 'सजवलेले क्षण' हे दोन कविता संग्रह तसेच 'मना दर्पणा' हा वैचारिक लेखसंग्रह अशी पुस्तके तसेच अनेक कथा प्रसिध्द झाल्या आहेत.

प्रस्तुत चारोळी संग्रहात विविध प्रसंगी लिहिलेल्या चारोळ्यांची एक महफील आपल्या हाती देताना खूप आनंद होत आहे.माझ्या इतर साहित्याप्रमाणे हे पुस्तकही आपल्या पसंतीस उतरेल ही आशा आहे.

आयुष्यात विविध क्षेत्रात मला यशाच्या पायरीपर्यंत पोहोचविणाऱ्या अनेक ज्ञात अज्ञात हातांना माझी ही कलाकृती मी अर्पण करतो.

प्रल्हाद दुधाळ, पुणे.(9423012020)

अनुक्रमणिका

प्रस्तावना ix

ऋणनिर्देश, पावती xv

1. तो पाऊस . 1

2. कशाला. 3

3. अंतरंग. 4

4. जपून, पहाट. 5

5. घन ओथंबून आले. 6

6. हितगुज. 8

7. भारत महान. 9

8. कवडसा. 10

9. फेब्रुवारी , मन. 11

10. वाट तुझी पाहताना. 12

11. वार नजरेचे. 14

12. वाटते. 16

13. चांदण्यांनो. 18

14. पहिल्या भेटीत. 20

15. नको पाहूस. 23

16. पाऊले हळूवार. 25

17. नको . 27

18. ऋणानुबंध. 28

19. तुझ्या डोळ्यात 30

20. कोजागिरी. 33

अनुक्रमणिका

21. सांगायचं असत.		35
22. सोबत.		37
23. शुभमंगल ,बहाणा, का.		38
24. देव,सांग,महिमा.		39
25. भक्तीच्या चारोळ्या.		40
26. तांबड आकाश.		42
27. खेळ,ओढ,कारणाविना.		43
28. भास आभास.		44
29. आव्हान,सुगंध,भूल.		45
30. स्वप्न,हमरस्ता,घाटा.		46
31. गाठी,डौल,छंद.		47
32. आठी,पलायन,श्रध्दा.		48
33. चैतन्य,मोळी,गाणे.		49
34. दुर्दशा,प्रवास,आस.		50
35. वाट,जिद्द,उल्कापात.		51
36. झुंज,लाडीगोडी,उरले कुठे.		52
37. साथ,नगारा,भ्रम.		53
38. देखावे,सोड,अभ्यास.		54
39. जुगार,कारभारी,तगमग.		55
40. चतकोर,दिशा,प्रवास.		56
41. साभार,श्रीमंती,माफी.		57
42. पाप,हेतू,अधांतरी.		58

अनुक्रमणिका

43. प्रकोप,माफी,रान.   59

44. होइया,संस्कार,खास.   60

45. तुझ्यासवे,माणसे,संधी.   61

46. बगळे,नाग,भाषा.   62

47. नाटकी,कल्पना,व्यर्थ.   63

48. आव्हान,घुटमळ,कोंडी.   64

49. खुजी,डाव,सूर्यदेव.   65

प्रस्तावना

लेखक, कवी मित्रवर्य श्री. प्रल्हाद दुधाळ यांचं जगण्यावर तसंच निसर्गावर निरतिशय प्रेम आहे. ते पेशाने बीएसएनएलचे अभियंता असले तरीही मनाने मात्र खूप संवेदनशील आहेत. ही अंतःकरणातील संवेदनशीलता त्यांच्या 'सजवलेले क्षण' आणि 'काही असे काही तसे' या कविता संग्रहातील बहरलेल्या काव्यप्रतिभेतून रसिक वाचकांना पदोपदी जाणवली आहेच!

आता 'चारोळ्या मनातल्या - जनातल्या' या आपल्या आगळ्यावेगळ्या कलाकृतीमधून त्यांनी अत्यंत कमी शब्दांतून खूप मोठा आशय व्यक्त करण्याचा स्तुत्य प्रयोग रसिकासाठी सादर केला आहे.

कविता, गझल, चारोळी इत्यादी काव्य प्रकार साहित्याचा सर्वोत्तम आविष्कार असल्यामुळे कवीला ते अतिशय कमी शब्दात व्यक्त होणं आणि नंतर वाचकांपर्यंत परिणामकारकरित्या पोहचवणं हे खरं तर आव्हानात्मक आणि जिकिरीचं काम असतं. मात्र दुधाळ सरांनी हे आव्हान 'चारोळ्या मनातल्या - जनातल्या'च्या माध्यमातून लीलया पेललं आहे.

या अनोख्या चारोळी संग्रहात त्यांनी विविध विषयांवरील शंभराहून अधिक, एक से बढकर एक अशा अप्रतिम रचना मांडल्या आहेत. त्यातील चारोळ्या आशयसंपन्न आणि विचार करायला लावणाऱ्या तर आहेच, शिवाय काही रचना आजच्या तथाकथित समाजाला आरसा दाखवणाचंही काम करतात. त्याचप्रमाणे प्रेमी जीवांना हुरहूर लावणाऱ्या, काळजाला हात घालणाऱ्या अन थेट पंढरीच्या वाटेची गोडी लावणाऱ्या रचना वाचताना वाचक अंतर्मुख झाल्याशिवाय राहणार नाहीत!

"पाठीवरती घ्यावी थाप,
हात असे आता उरले कुठे?
लोटांगण घ्यावे तयाशी,
पाय असे आता उरले कुठे?"

अशाप्रकारची मर्मस्पर्शी खंत 'उरले कुठे? या चारोळीतून व्यक्त करताना कवी आजच्या कोडग्या वृत्तीच्या राजकारण्यांनाही इशारा देताना त्यांच्या एका चारोळीत म्हणतात...

"सच्चे, शिक्षित व संस्कारी
निवडून असे देऊ कारभारी!
भ्रष्ट, कोडगे हाकलून द्यावे,
येईल समृद्धी देशाच्या दारी!"

कोणाचाही मुलाहिजा न बाळगता कवी अगदी रोखठोकपणे जगण्याला प्राधान्य देताना दिसतात. तसेच ते आत्मसन्मानाने जगण्याचा संदेशही देतात. त्यांच्या पुढील 'आव्हान' या चारोळीतून त्याची प्रचिती येत असल्याचं प्रकर्षानं जाणवतं...

"आलोय मेटाकुटीला पेलताना
इथल्या या जगण्यातले आव्हान..!
कसे काय राखत बसावे भान
घडोघडी सोडून आत्मसन्मान..?"

त्याचप्रमाणे दैनंदिन जीवन जगत असताना सामाजिक भान राखण्याची आपल्याला किती नितांत आवश्यकता आहे हे त्यांच्या पुढील काही चारोळ्यांमधून दिसून येईल. ते आजच्या तरूणांना निश्चित दिशा दाखवण्यासाठी म्हणतात...

"विचारांची दिशा
बदल रे थोडी.
वाढेल निश्चित
आयुष्याची गोडी!"

तसेच आपल्या माय मराठी भाषेविषयीची तळमळ व्यक्त करताना कवी...

"शिवजयंती, महाराष्ट्र दिनाला
मराठीचा नगारा वाजतो.
एरवीला मराठी माणूस,
घरातही इंग्रजीच बोलतो!"

अशाप्रकारचे खडे बोल सुनावण्यास कमी करत नाही. तसंच आपल्या आसपास वावरणाऱ्या माणसांची ओळख ही त्यांच्या वागण्या बोलण्यातून तर होतेच पण खरी ओळख मात्र त्यांच्या विचारातूनच होत असते. हे अधिक स्पष्ट करताना कवी दुधाळ निर्भीडपणे व्यक्त होतात...

"अशी माणसे
ही कशी माणसे..?
खुजी विचाराने
नव्हे ही माणसे ...!"

त्यांची अफाट निरीक्षणक्षमता आणि समाजाविषयीची जागरूकता पुढील काही चारोळ्यामधून प्रकर्षाने जाणवते. त्यावर गांभीर्याने चिंतन करणे नितांत गरजेचं आहे असं वाटतं...

"निसर्ग चक्राशी खेळणं
आतातरी थांबायला हवे.
प्रकोप झाला निसर्गाचा
त्यावरून शिकायला हवे!"

"धन दौलत बंगला गाडी
व्यर्थ जर नाही तेथे नीती,
माणुसकी धर्म हवा अन्
दिलदार मनाची श्रीमंती!"

"सांभाळूनच जरा मुली

नाजूक तुझी गं पावलं
थिरकू दे तालासुरात
दाखव कौशल्य आपलं!"
"जरी दाटले मळभ,
तरी सोडू नये आस.
कोंदटली जरी हवा,
मातीचा येतोय वास!"

कवी प्रल्हाद दुधाळ यांची पंढरीच्या विठूमाऊलीवर अढळ श्रद्धा आहे. सरळ साधं आयुष्य जगत असताना ऐहिक सुखाच्या मागे न धावता हरिनामाचं महत्त्व ते पटवून देतात. अतिशय कमी शब्दात ते नामाचा महिमा मांडताना म्हणतात ...

"नामाचा महिमा वर्णावा तो किती
ब्रह्मानंदी टाळी घेता विठूनाम..!
नाचती ठेक्यात टाळ मृदंगाच्या
भक्तीच्या या उत्सवी नुरते भान..!"
"ऐहिक सुखाचा मार्ग तो जीवघेणा
पांडुरंग नामाने डोळे ओलावले..!
आषाढी भीमेकाठी वैष्णवांचा मेळा
पाय पंढरीच्या वाटेने ओढावले!"

चारोळी काव्यप्रकारात केवळ चार ओळीत किती मोठा मतितार्थ दडलेला असतो हे उलगडताना त्या अवघ्या चार ओळी प्रभावीपणे कशा मांडता येतील हे खरं कसब कवीच्या ठायी असावं लागतं. कवी प्रल्हाद दुधाळ यांनी हे शिवधनुष्य उत्तमरित्या पेललं असल्याचं वाचकांना त्यांची प्रत्येक चारोळी वाचताना जाणवेल हे निश्चित!

त्यांच्याच शब्दात...
"मोजक्या शब्दांची

अर्थपूर्ण मोळी

संवाद साधते

छोटीशी चारोळी!"

असा संवाद साधत त्यांनी पुढील चारोळीतून नाती फुलवण्याचा अनमोल संदेश देत मानवी जीवनातलं चैतन्य अधोरेखित केलं आहे...

"माया ममतेचा फिरता हात

घराचे या सुंदर होते गोकुळ.

संवादानेच फुले नातीगोती

जीवनातल्या चैतन्याचे मूळ!"

'चारोळ्या मनातल्या - जनातल्या' या अप्रतिम कलाकृतीसाठी लेखक, कवी श्री. प्रल्हाद दुधाळ यांचे मनापासून अभिनंदन! तसेच त्यांच्या पुढील दर्जेदार साहित्य सेवेसाठी खूप खूप शुभेच्छा! ...

विनोद श्रा. पंचभाई, पुणे.

भ्रमणध्वनी : 9923797725

ऋणनिर्देश, पावती

'चारोळी.... मनातली जनातली' हा चारोळी संग्रह आकाराला येताना अनेक व्यक्ती आणि संस्थ्या यांचे कळत नकळत सहकार्य लाभले. एखादे पुस्तक प्रकाशित करायचे तर ते हव्या त्या स्वरूपात आकाराला यावे म्हणून प्रकाशन संस्थेला अनेक तांत्रिक गोष्टी सांभाळाव्या लागतात अनेकदा लेखक अथवा कवीला त्या प्रोसेस माहीतही नसतात!

NOTIONPRESS या ऑनलाईन प्रकाशन संस्थेने लेखकाला स्व:ताचे पुस्तक स्वत: प्रकाशित करण्यासाठी आवश्यक ते मार्गदर्शन व तांत्रिक सुविधा उपलब्ध करून दिल्याने अगदी पुस्तकाचे कव्हर डिझाईन ते पुस्तकाचा ले आउट आणि प्रकाशन करण्याचा अनुभव लेखक वा कवी घेऊ शकतो आणि हा अनुभव मी या निमित्ताने घेऊ शकलो याबद्दल NOTIONPRESS च्या सर्व टीम चे मन:पूर्वक धन्यवाद .

'चारोळी.... मनातली जनातली' हा चारोळी संग्रहासाठी एक प्रस्तावना लिहून द्यावी अशी विनंती मी माझे साहित्यिक मित्र व सुप्रसिध्द लेखक निवृत्त पोलीस अधिकारी श्री विनोद पंचभाई यांना केल.माझ्या विनंतीला तत्काळ प्रतिसाद देऊन दुसऱ्याच दिवशी विनोदजी यांनी अभ्यासपूर्ण प्रस्तावना लिहून पाठवली! श्री विनोद पंचभाई सरांचे मानावे तेव्हढे आभार कमीच आहे,धन्यवाद सर.

स्वप्रकाशित केलेल्या या संग्रहात अनेक त्रुटी राहून गेल्या असणार आहेत. रसिक वाचक माझ्या या पहिल्याच प्रयत्नास समजून घेतील अशी आशा करतो. आपल्या प्रतिक्रियांचे स्वागत आहे ....प्रल्हाद दुधाळ पुणे .

1. तो पाऊस .

धो धो पाऊस आणि माझे
कुणास ठाऊक काय नाते
कोसळतो आडवा तिडवा
मनाची या घालमेल होते

वाऱ्याबरोबर आला
मस्त मातीचा सुगंध
वाटले तो आला पण
फसवणे त्याचा छंद

आठवणीतला तो तसा
हल्ली कधी भेटत नाही
आस लावून बसते सदा
त्याला काही वाटत नाही

असा वेड लावी गंध
माझी मी रहात नाही
ओढ लागे अशी त्याची
घडते आक्रीत काही

कळत नाही त्याच्याशी
काय आहे माझे नाते
चाहूल लागता त्याची
आत घालमेल होते

2. कशाला.

सोडायचं नव्हतंच तर
जायचंच कशाला
ताकाला जाऊन भांड
लपवायचं कशाला

एकदा सोडलंच तर
आठवायचं कशाला
पुन्हा मान फिरवून
माग बघायचं कशाला

3. अंतरंग.

अंतरंगातले ते रंग
काही गर्द काही फिके
काही बोलती घडाघडा
काही अबोल जणू मुके

जशी व्यक्ती तशी वृत्ती
कुणी आतल्या आत दंग
सुखी जीवनाचे आहे मर्म
असावे पारदर्शी अंतरंग

4. जपून, पहाट.

जपून...

सांभाळूनच जरा मुली
नाजूक तुझी ग पावलं
थिरकू दे तालसुरात
दाखव कौशल्य आपलं

पहाट...

आजच्या पहाटेचा
आहे अंदाज न्यारा
आठवण तुझी अन
बोचरा थंड वारा

5. घन ओथंबून आले.

घन ओथंबून आले
चिंतातूर मन झाले
कुठे घ्यावा रे आसरा
नयनात पाणी आले

घन ओथंबून आले
आता येईल ती सर
अशा रम्य या सांजेला
प्रेम भावनेला बहर

घन ओथंबून आले
येईल तो मृदगंध
अशी झाले उतावीळ
घेण्या भरून सुगंध

घन ओथंबून आले
विचाराने मन चिंब
गोंधळले किती सांगू
ओशाळले प्रतिबिंब

प्रल्हाद दुधाळ

6. हितगुज.

तुझ्या नयनात सखे
आपुले भविष्य दिसते
तुझ्या माझ्या संगतीन
अवघे आयुष्य हासते

नयनांचे ते नयनाशी
चालते मस्त हितगुज
सहजीवनाची त्या ओढ
आता लागलीसे मज

7. भारत महान.

त्यांचा इंडिया झगमगाटात
सारे कसे अगदी छान छान..!
अन्नवस्रादिस आम्ही महाग
लिहितो मेरा भारत महान..!

निंदा कुणी किती वंदा परंतु
नसानसात आमच्या देशाभिमान..!
करू समस्यांवर मात एकजुटीने
प्रिय देश माझा हा भारत महान..!

8. कवडसा.

कधी हरवतो घोर नैराश्यात
जीवनाचा हरवतो भरवसा!
कुठून अचानक येते तिरिप
उमेद देवून जातो कवडसा!

स्वातंत्र्याचा येथे तो सूर्य तळपता,
वाटले जाईल दीनांघरी कवडसा..!
बळी तो कान पिळतोय पण आता,
गरीबांना मिळेना पोटापुरता पसा..!

9. फेब्रुवारी , मन.

फेब्रुवारी

अठ्ठावीस दिवसांचा फेब्रुवारी
संपताना उगा निराशा दाटते!
दोन दिवसांनी अमुल्य आयुष्य
असेच घटल्यासारखे वाटते!

मन
मन असं मोकाट
नको तिथे हिंडतं..!
शिकवाया गेलं की
बुध्दीसंगे भांडतं..!

10. वाट तुझी पाहताना.

वाट तुझी पाहताना
डोळे शिणून जातात
माणसे आजूबाजूची
मला पुतळा समजतात

वाट तुझी पाहताना
भर्रकन वेळ जातो
तुझ्या प्रेमाखातर
कधी उपाशी रहातो

वाट तुझी पाहताना
हरपते माझे ग भान
तु समोर दिसेपर्यंत
अवघडते माझी मान

वाट तुझी पाहताना
माझी मी नाही उरत
समोर आलास की
काय बोलू नाही ठरत

वाट तुझी पाहताना
तशी मला येते मजा
भेट नाही झाली तर
द्यावी वाटे तुला सजा

वाट तुझी पाहताना
लागली माझी वाट
बाबांनी बदडून काढले
सोलाटली सारी पाठ

वाट तुझी पाहताना
सरलं अर्ध हे वय
आता भेट होईल का
वाटे अनाठायी भय

वाट तुझी पाहताना
रस्त्यावर घेतो डुलकी
वेडा समजून आजूबाजूचे
शिवी घालती मला शेलकी

11. वार नजरेचे.

का असे अव्हेरले तीर नजरेचे
जगण्यास प्रेम तुझे ग गरजेचे..!
जाणतो तुझे मन अधीर भेटीला
ग नको करू असे वार नजरेचे..!

नको करू असे वार नजरेचे
आधीच मी रे आहे घायाळ अशी..!
आस्तीत्व ते आजूबाजूला असता
अंगभर दरवळते ही खुशी..!

नको करू असे वार नजरेचे
अवहेलनेची टोके बोचतात..!
उठता बसता उगाचच मग
उदासवाण्या कविता सुचतात..!

नको करू असे वार नजरेचे
आज तर आहे डे वैलंटाईन..!
हात घे माझा विश्वासाने हातात
जीवन होईल सुपरफाईन..!

नको करु असे वार नजरेचे
तोडून टाकू जुळलेली ही प्रीत..!
विरहातही मग गाशील ना ग
तुझ्यावर मी रचलेले ते गीत..!

प्रेम दिवसाच्या पवित्र दिवशी
नको करू असे वार नजरेचे...!
नियतीने जुळवलेले हे नाते
निभावणे आहे ग ते गरजेचे...!

नको करू असे वार नजरेचे
चुकायची माझी ती जुनीच खोड..!
सांभाळून घेतलं जर वेड्याला
संसार नक्कीच होईल हा गोड..!

12. वाटते.

कधी कधी वाटते की
सोडून सगळे द्यावे,
मुक्त व्हावे पाशातून
वनी जावून बसावे !

कधी कधी वाटते की...
उगाच कशाला बोलू,
गुपीत चार चौघात
विनाकारण का खोलू?

कधी कधी वाटते की
काहीतरी चुकतय,
खऱ्या त्या सुखापासून
मन भरकटतय!

कधी कधी वाटते की
तोडून टाकाव्या बेड्या,
अंतर्मन म्हणतय
गुलामीच मस्त वेड्या!

कधी कधी वाटते की
हक्काचं माणूस हवं,
पडतय स्वप्न आता
बसवाव गाव नवं?

कधी कधी वाटते की
मनातलं ते मांडावं,
लाजलज्जा ती सोडून
कचाकचा की भांडावं!

13. चांदण्यांनो.

लुकलुकणाऱ्या चांदण्यांनो या अंगणी
साजरी होते आहे आज येथे दिवाळी
प्रकाशित होवू दे जीवन हे सर्वांचे
नको किंचितही ती छाया अंधारी काळी

लुकलुकणाऱ्या चांदण्यांनो या अंगणी
रात्र आज वेगळी आनंद माझ्या मनी!
आरास करा सजवा सारा आसमंत
भेटणार प्रियतमा लाजरी साजणी !

लुकलुकणाऱ्या चांदण्यांनो या अंगणी
अंधार सारा हटू द्या माझ्या घरातुनी!
दाटेल उत्साह उजळता आसमंत
आशेचा धुमारा उठे मना मनातुनी!

लुकलुकणाऱ्या चांदण्यांनो या अंगणी
काव्य विनोदात रात्र ही जागवू सारी
महफिल रंगू दे खळाळत्या हास्याने
स्वागतार्थ ही रांगोळी रेखाटली दारी

लुकलुकणाऱ्या चांदण्यांनो या अंगणी
भेटीस तुमच्या अधीर एक चांदणी!
चंद्राच्या साक्षीने वाट पाहते कधीची
दुसरी तिसरी ना असे माझी साजणी!

लुकलुकणाऱ्या चांदण्यांनो या अंगणी
सजते आसमंत धवल प्रकाश मंद!
रातकिडे सुरात गातात किर्रगीत
जागवितो रात्र आळवित मी मुक्तछंद!

14. पहिल्या भेटीत.

कधी कधी पहिल्या भेटीत
हव तसं घडतच नाही
नीटपणाने टाकला फासा
दान योग्य ते पडत नाही

कधी कधी पहिल्या भेटीत
हृदयांची ती जुळते तार
संवादाने वाढे स्नेहबंध
प्रीतीचा तो महीमा अपार

कधी कधी पहिल्या भेटीत
पडते एकमेकांची छाप
गुंतती हृदये हृदयात
आणाभाका घेती वारेमाप

कधी कधी पहिल्या भेटीत
नको ते आक्रीत घडते
होते हृदयाची खुली चोरी
बुध्दी मात्र गहाण पडते

कधी कधी पहिल्या भेटीत
सहनशक्तीचा कडेलोट
बाहेर पडते साठलेले
क्रोधाचा प्रचंड होतो स्फोट

कधी कधी पहिल्या भेटीत
मैत्रीचा करावा लागे अंत
विसरून सारे पुढे चालू
कशाला ती करायची खंत

कधी कधी पहिल्या भेटीत
काढले जाते पूर्वीचे उट्टे
कधी शाब्दिक कधी हाताने
समोरच्यास पडती रट्टे

कधी कधी पहिल्या भेटीत
मनमोकळे ते बोलू नये
गुपित मनातच राखावे
परक्यासमोर खोलू नये

कधी कधी पहिल्या भेटीत
दाखवावी थोडीशी सबूरी

घाईत होईल फसगत
वाट्यास येईल मजबूरी

कधी कधी पहिल्या भेटीत
वाट्याला येतो अपेक्षाभंग
मनातले रहाते मनात
सोसावा लागतो तेजोभंग

कधी कधी पहिल्या भेटीत
होवून जातो मैत्रीचा अंत
विसरून जावी घटना ती
बाळगू नये उगाच खंत

15. नको पाहूस.

नको पाहूस मजला तू
मनात संशय धरून
हृदयातले सांगायचे
निघालो आज ठरवून

नको पाहूस मजला तू
एवढ्या नजरेने धुंद
घायाळ मी आहे असाही
झालीय चाल माझी मंद

नको पाहूस मजला तू
नजरेत काटे बोचरे
बोलतेस अशी विखारी
काळजास पडती चरे

नको पाहूस मजला तू
असा रे मान वळवून
केंव्हाच हृदय तुझे ते
घेऊन गेले पळवून

नको पाहूस मजला तू
जणू काय खाऊ की गिळू
तूच रे माझ्या हृदयात
नको कुणावर तू जळू

नको पाहूस मजला तू
असे डोळे फाडू फाडून
मावणार नाही मी त्यात
हसू नको दात काढून

नको पाहूस मजला तू
होईल ग नजरबंदी
लोकांना मात्र सांगशील
साधली आहे त्याने संधी

नको पाहूस मजला तू
पुन्हा ते वाकून वाकून
गुंतलो आहे ग तुझ्यात
कर प्रीत डोळे झाकून

16. पाऊले हळूवार.

न्यारी तुझी अदा नाजूक सुंदरी तू
नारी ग ठूमक्याने होई अत्याचार...
आतुर कटाक्षास आशिक कित्येक
किती टाकशील पाऊले हळूवार ...

तुला पाहीले अन भान हरपले
ठरले तूच आयुष्याची जोडीदार...
उभा तिष्ठतो रस्त्यात त्याच रोजच्या
किती टाकशील पाऊले हळूवार...

किती छळशील तुझ्या दिलवराला
आठवण तुझी येते मजला फार...
वाटेवर तुझ्या मी फुले अंथरते
किती टाकशील पाऊले हळूवार...

किती टाकशील पाऊले हळूवार
ओझे झाले जड हे डोक्यावर फार..!
प्रचंड नाटकी तू आहेस ग नार
मुखवट्यास मुळी नाही भुलणार..!

किती टाकशील पाऊले हळूवार
काय आहेत तुझ्या मनात विचार?
बरे नाही गुंतणे विचारात फार
जडतील ते मनोकायिक आजार!

हातात हात धरून ही फरफट
धेय्यहीन धावपळ जीणे बेकार!
विनाकारण असे पळणे आयुष्या
किती टाकशील पाऊले हळूवार!

किती टाकशील पाऊले हळूवार
वेग तुझा असा कसा ग मंदावला....
चालण्यातली ऐट ती का हरवली
बदल पाहूनी जीव हा खंतावला....

17. नको .

नको पाहूस मजला तू
चष्म्यातून तिरस्काराच्या
प्रतिक्षेत अजून आहे
प्रेमरूपी पुरस्काराच्या

नको पाहूस मजला तू
गोरी तू अन मी हा काळा
जोडी तुझी माझी विजोड
संपवू प्रेमाचा हा चाळा

नको पाहूस मजला तू
अश्रू ओघळती डोळ्यात
जायच होत अस तर
अडकवले का जाळ्यात

18. ऋणानुबंध.

ऋणानुबंध म्हणु की प्रारब्ध
तुझी माझी येथे झाली ही भेट
संगतीने जीवनाचे या सोने
स्वर्गसुखानुभव मिळे थेट

ऋणानुबंध म्हणु की प्रारब्ध
झाली तुम्हा मित्रांची ही गाठ
प्रेमात त्या चिंब असा मी न्हालो
फुटे आनंदाची मनात लाट

ऋणानुबंध म्हणु की प्रारब्ध
समस्या उभी पावलोपावली
जिध्दीने उभा संकटांसमोर
समस्यांची त्या नामी संधी झाली

ऋणानुबंध म्हणु की प्रारब्ध
मिळाले परिस्थितीचे ते चटके
अनुभवांची अनोखी शिदोरी
जगलो वेगळा आणि हटके

ऋणानुबंध म्हणु की प्रारब्ध
जुळल्या कायम आपल्या तारा
आता कशाला ती पर्वा कुणाची
खेळ प्रेमाचा हा सुंदर न्यारा

ऋणानुबंध म्हणु की प्रारब्ध
वह्यापुस्तकांची वाहीली ओझी!
शिकून सुसंस्कारात नहालो
अन्यथा धडगत कुठे माझी ?

ऋणानुबंध म्हणु की प्रारब्ध
होते शिकाया माध्यम मराठी
बोलल्यास कुणी मातृभाषेत
पडत नाही या कपाळी आठी

ऋणानुबंध म्हणु की प्रारब्ध
भारतात नांदते लोकशाही
बोलू लिहू शकतो मुक्तपणे
व्यक्त होऊ शकते काहीबाही

19. तुझ्या डोळ्यात

तुझ्या डोळ्यात न जाणो मला
स्वप्न दिसे मम साकारले
हळूच हाती धरते हात
वाटे जीवन हे सार्थ झाले

तुझ्या डोळ्यात न जाणो मला
गवसले जीवन रहस्य
कायमचेच फुलले माझ्या
चेहऱ्यावर हे स्मितहास्य

तुझ्या डोळ्यात न जाणो मला
स्वप्न सुखाचे असे दिसले
बाहूत विसावले हे तन
प्रारब्ध हे खुशीत हसले

तुझ्या डोळ्यात न जाणो मला
सुखी आयुष्याचे होती भास!
वाटेवर डोळे अंथरते
सहजीवनाची आहे आस!

तुझ्या डोळ्यात न जाणो मला
दिसे ते स्वप्न सत्य झालेले
जगते आता धुंदीत त्याच
जीवन हे रंगीन झालेले

तुझ्या डोळ्यात न जाणो मला
दिसे उत्कट प्रितीचा रंग!
दर्शनाने तुझ्या मोहरतो
जागते मनी नवी उमंग!

तुझ्या डोळ्यात न जाणो मला
आढळते ती वेडाची झाक!
झोपेत ओरडत उठते
आईला देते कर्कश्श हाक!

तुझ्या डोळ्यात न जाणो मला
सप्तजन्माची दिसते साथ
सुख आणि दुःखात सखे ग
चालू घेऊन हे हाती हात

तुझ्या डोळ्यात न जाणो मला
रात्र दिसते जागवलेली!

काढ सख्या गळ्यातले हात
बघ चांदणी रागावलेली!

तुझ्या डोळ्यात न जाणो मला
आढळते नजरेची भूल
होते अंतरात धडधड
अर्पितो तुला गुलाबी फूल

तुझ्या डोळ्यात न जाणो मला
वाटे खूप झोप दाटलेली !
झोपून घे उशीर हा झाला
आहे गोधडी ही फाटलेली !

तुझ्या डोळ्यात न जाणो मला
रात्र वाटते ही पेंगलेली
जशी विश्वामित्राची समाधी
होती मेनकेने भंगलेली

20. कोजागिरी.

कोजागिरीचा चंद्र असा
चांदणे हे दुधाळ आज!
ये सखे महफिल जमवू
घालून हा रूपेरी साज!

कोजागिरीच्या चांदण्यात
भेट पहिली तुझी माझी!
आज चंद्राच्या त्या साक्षीने
होईल आठवण ताजी!

आठवतो चेहरा तो तुझा
कोजागिरीचा चंद्र पाहून
उत्साही सारे जग असते
डोळे शिणती अश्रू वाहून

काही सुखद काही दु:खद
आठवणी त्या कोजागिरीच्या!
कधी फुलात कधी काट्यांत
जीवनातल्या मुशाफिरीच्या!

साक्ष आहे या चंद्राची
कोजागिरीची ती रात्र!
माझे तुझ्यात गुंतणे
पोर्णिमा निमित्त मात्र!

कोजागिरीच्या या चांदण्यात
काव्य ओसंडले मनोमनी!
भरले असे दुधाचे प्याले
अजून एक रिचवा ना धनी!

पोर्णिमा आहे कोजागिरीची
शरदाचे पिठोर चांदणे!
शृंगारिक हा माहोल असा
नको अरसिकतेचे वागणे!

21. सांगायचं असत.

सांगायचं असत खूप काही
मात्र सदा तू अबोला धरते!
लागलोच चूकून बोलायला
लगेच सुरीने कांदा चिरते!

सांगायचं असत खूप काही
कोरडा आहे पण माझा घसा!
आहे मनाने शिकारी वाघ मी
वागण्याने मात्र गरीब ससा!

सांगायचं असत खूप काही
तोंडावरची माशी ती उठेना!
संधी ती मिळाली जेव्हा केंव्हा
कंठातून शब्दच की फुटेना!

सांगायचं असत खूप काही
होत नाही शब्दांची जुळणी
बोल बोल म्हणतात सगळे
मी मात्र धरून बसते गुळणी

सांगायचं असत खूप काही
सुचत नाहीत योग्य ते शब्द ..!
आधी असते बोलायची घाई
ऐनवेळी मात्र ही जीभ स्तब्ध..!

सांगायचं असत खूप काही
ओठावर सहजी येत नाही
बोलायच असत मनातल
बोलताना जीभ रेटत नाही

सांगायचं असत खूप काही
ऐकायला कुणाला वेळ नाही
बडबड करते हातवारे
सांगते खरेच मी वेडी नाही

22. सोबत.

शब्दानाही हवी असते सोबत
स्नेहाळ तर कधी तीक्ष्ण धारेची...!
नजरेत हवा दर्यार्द ओलावा
तीक्ष्णता हवी सदैव त्या घारेची...!

शब्दानाही हवी असते सोबत
ताल सूर आणि आर्त भावनांची...!
साधला जातो तो मग सुसंवाद
जोडली जाते तार मनामनांची...!

शब्दानाही हवी असते सोबत
समोरच्यास वश करण्यासाठी...!
शब्दानाही हवी असते ती स्पेस
हवे ते तसेच व्यक्त होण्यासाठी...!

23. शुभमंगल ,बहाणा, का.

शुभमंगल

शुभमंगल सावधान ऐकता
लाजली हरकली ती मनोमनी!
शुभमुहूर्ते घालीन वरमाला
जन्मोजन्मीची होईल अर्धांगिनी!

बहाणा

हल्ली प्रत्येक उत्सवात
इश्वर केवळ बहाणा
नाचतात ते बेसुमार
कर्कश डीजेचा धिंगाणा

का

पायाखालची वाट जरी
पाऊल का अडखळते
मनात घालमेल अशी
नजर का घुटमळते

24. देव,सांग,महिमा.

देव
माणसांस ठेवून उपाशी
देवळात प्रसादांच्या राशी
काय अशा भक्तीस अर्थ
देव आहे रे तो तुझ्यापाशी

सांग
इतकेच सांग एकदा
का एवढे छळले होते ?
नजरेने त्या पहिल्याच
घायाळ मी कळले होते!

महिमा
नामाचा महिमा वर्णावा तो किती
ब्रम्हानंदी टाळी घेता विठूनाम....!
नाचती ठेक्यात टाळ मृदंगाच्या
भक्तीच्या या उत्सवी नुरते भान...!

25. भक्तीच्या चारोळ्या.

टाळ चिपळ्यांच्या त्या तालावर
वैष्णवांनी धरला आहे ठेका...!
पुंडलिका वरदे हरी विठ्ठला
ऐकशील का भक्तांच्या हाका...?

ऐहिकाच्या नादात होतो
विसरलो विठ्ठल नाम ..!
वारीमधे या आलो आता
आठवेना ते दुजे काम..!

जय जय राम कृष्ण हरी
नाही गेलो आम्ही पंढरी..!
नाम घेत नाचतो नी गातो
पांडुरंग येईल आम्हा घरी..!

भागवताची पताका
घेवून वैष्णव नाचती..!
आषाढी नी कार्तिकी
ओसंडते द्वारी भक्ती..!

पायी चालती हे भक्त
नसे कष्टाचे ते भान..!
पंढरीच्या वाटेवर
विसरे भूक तहान..!

आज सारे गुंफतात
भक्तीभावाने या ओळी..!
घरबसल्या घडे वारी
लिहीताना ही चारोळी..!

माझा सखा तुकाराम
असो तुझा ज्ञानेश्वर..!
एकेक कळस पाया
माहेर ते पंढरपूर..!

भजन कीर्तन
आमचे जीवन..!
देई संजीवन
हे विठ्ठल नाम..!

26. तांबड आकाश.

सांजेच तांबड आकाश
कुणासाठी बरं सजत असेल?
चांदणीच्या एका झलकेसाठी
नटून थटून वाट बघत असेल!

सांजेच तांबड आकाश
कुणासाठी बरं सजत असेल?
पाहून प्रीत तुझी माझी
आठवत काही लाजत असेल!

सांजेच तांबड आकाश
कुणासाठी बरं सजत असेल?
तू नक्की परत येशील
विचार असा ते करत असेल!

27. खेळ,ओढ,कारणाविना.

खेळ

डोंबाऱ्याची इवली पोर
कौशल्य खेळाचे दावते....!
दोन वेळेच्या घासापायी
आयुष्य पणाला लावते....!

ओढ

ऐहिक सुखाचा मार्ग तो जिवघेणा
पांडुरंग नामाने डोळे ओलावले...!
आषाढी भिमेकाठी वैष्णवांचा मेळा
पाय पंढरीच्या वाटेने ओढावले...!

कारणाविना

आजकाल हे होतय मला काय
गुणगुणत स्वत:शी बोलायच..!
कारणाविनाच फुटतय हसू
मनातल्या हिंदोळ्यावर डोलायच..!

28. भास आभास.

जिथे मिळाला स्नेहाळ मायेचा ओलावा
नकळत भावनेत वाहवत गेलो
माणसांची गर्दी भोवती उसळता
अंतरातुन मी तसा उधाणत गेलो

चेहरे न पाहीले ओळख जशी युगांची
संवादानेच एकमेकां जाणत गेलो
सादेस प्रतिसाद मिळता तो पुरेसा
अंतरातुन मी तसा उधाणत गेलो

फुरसत कुणाला ना कुणासाठी येथे
आभासी जगाला वास्तव मानत गेलो
लाट बेगडी चाहत्यांची शाब्दिक येता
अंतरातुन मी तसा उधाणत गेलो

29. आव्हान,सुगंध,भूल.

आव्हान
आलोय मेटाकुटीला पेलताना
इथल्या या जगण्यातले आव्हान...!
कसे काय राखत बसावे भान
घडोघडी सोडून आत्मसन्मान...?

सुगंध
खिळवून ठेवायची ताकत
असते नक्कीच त्या सुगंधात
एकदा पडलो का जर फंदात
रंगून जातो त्या गुलाबी रंगात

भूल
चारोळ्यांच्या गंधांची या
भूल अशीच पडते
थकलेले जरी तन
झोप मात्र ती उडते

30. स्वप्न,हमरस्ता,घाटा.

स्वप्न

शिणले हे डोळे आता
वाट पाहून पाहून
पाहीले जे स्वप्न होते
गेले आसवात वाहून

हमरस्ता

हमरस्त्यावर जाण्यासाठी
ओलांडावा लागतो घाट
घाबरू नये अंधारास
सापडेल नक्की वाट

घाटा

गालातल्या खळयात अडकून
चुकल्या जर जीवनवाटा
आयुष्याच्या व्यवहारात तो
होईल नक्की जबर घाटा

31. गाठी,डौल,छंद.

गाठी
वेळीच काढून टाकाव्या
अंतर्मनातल्या त्या गाठी
अन्यथा आयुष्यभराची
अशांती ती लागेल पाठी

डौल
सप्तरंगी इंद्रधनूपरी
कोणी केली उधळण ख़ास
चालतेस डौलात अशी की
बघता अडखळतो श्वास

छंद
व्यक्तच व्हायच तर
कशाला वृत्त वा छंद ...!
भावना पोचवण्यास
लिहिते व्हावे बेबंद ...!

32. आठी,पलायन,श्रध्दा.

आठी
नियतीने तुझ्या माझ्या
बांधल्या आहेत गाठी ...!
मला बघता क्षणी का
कपाळी तुझ्या ग आठी ...?

पलायन
छळणारे छळून गेले
जळणारे जळून गेले
सहनशीलता पाहून
शत्रू सारे पळून गेले

श्रध्दा
घडे अतर्क्य जीवनी
ध्यानीमनी जे नसते...!
निर्मिकाशी होता लीन
श्रध्दा अंतरी वसते...!

33. चैतन्य,मोळी,गाणे.

चैतन्य

माया ममतेचा फिरता हात
घराचे या सुंदर होते गोकूळ
संवादानेच फुलती नातीगोती
जीवनातल्या चैतन्याचे मूळ

मोळी

मोजक्या शब्दांची
अर्थपूर्ण मोळी
संवाद साधते
छोटीशी चारोळी

गाणे

इच्छा अपेक्षांच्या ओझ्याखाली,
गुदमरून जाय जगणे,
सत्य स्वीकारून वास्तविक,
व्हावे आयुष्य आनंदी गाणे!

34. दुर्दशा,प्रवास,आस.

दुर्दशा
रुसव्या फुगव्यानी त्या
आयुष्य हे करपते
सुंदरशा जीवनाची
मग दुर्दशा होते

प्रवास
प्रवास होय सुखाचा
जर सावली असेल
पायवाट हमरस्ता
साथ आपली असेल

आस
जरी दाटले मळभ
तरी सोडू नये आस
कोंदटली जरी हवा
मातीचा येतोय वास

35. वाट,जिद्द,उल्कापात.

वाट

अवघड अशी वाट
सोपी सहज वाटते
संगतीला जेंव्हा कोणी
जीवाभावाचे भेटते

जिद्द

समोर भली मोठी समस्या जरी
करायलाच हवेत दोन हात!
जिद्दीनेच मिळते ती यशमाला
अर्ध्यात माघारीची नकोच बात!

उल्कापात

कोजागिरीची रात
चमचमत्या तारका
झाला एक उल्कापात
सुटला हातातून हात.

36. झुंज,लाडीगोडी,उरले कुठे.

झुंज

बोक्यांमधली ही झुंज रंगली,
खाण्यासाठी सत्तेचे लोणी.
विसरतील ती मिळता खुर्ची,
जनतेच्या डोळ्यात पुन्हा पाणी!

लाडीगोडी

साखरपेरणी आज लाडीगोडी,
मतासाठी घातलीसे पायघडी !
मिळता सत्तेचे हवेसे ते दान,
ठोकरुन पुसतील, तुम्ही कोण ?

उरले कुठे

पाठीवरती घ्यावी थाप
हात असे आता उरले कुठे?
लोटांगण घ्यावे तयाशी
पाय असे आता उरले कुठे?

37. साथ,नगारा,भ्रम.

साथ
कशास पर्वा
तुझी माझी साथ
एवढ मात्र कर
नको करू घात.

नगारा
शिवजयंती,महाराष्ट्र दिनाला,
मराठीचा नगारा वाजतो,
एरवीला मराठी माणूस,
घरातही इंग्रजीच बोलतो!

भ्रम
कधी कुणाला फसवत गेलो,
नाती एक एक उसवत गेलो,
भ्रमात राहिलो असा कसा मी,
जाळ्यात माझ्याच फसत गेलो!

३८. देखावे,सोड,अभ्यास.

देखावे
खुशीचे देखावे
पाहुन ते घ्यावे
मुखवट्याआड
सुकली आसवे!

सोड रुसवा
नको आता बहाणे
नेहमीचे गाऱ्हाणे
सखे सोड रुसवा
होऊ पुन्हा शहाणे!

अभ्यास
आनंदात जगणे -एक अभ्यास,
संकटे ही परीक्षा छोटी-मोठी,
अभ्यासक्रम हा आयुष्यभराचा,
इथे कधीच नसते कसली सुट्टी!

३९. जुगार,कारभारी,तगमग.

जुगार
कर्तुत्व ते नाहीच काही,
येइनात कामाला नाती,
सत्तेच्या जुगारात मग,
वेठीला धर्म आणि जाती!

कारभारी
सच्चे, शिक्षित व संस्कारी,
निवडून असे देऊ कारभारी,
भ्रष्ट, कोडगे हाकलुन द्यावे,
येईल समृद्धी देशाच्या दारी!

तगमग
वाटेत जे भेटले जीवनी
सगळेच कुठे माझे होते?
वाटसरूंना जिवलग काही
आठवताच तगमग होते!

40. चतकोर, दिशा, प्रवास.

चतकोर

पुन्हा पुन्हा खुणावत होता,
कोजागिरीचा तो चंद्र तिला ,
चिंता होती सतावत त्याला,
सांजेच्या एका चतकोरीची!

दिशा

विचारांची दिशा
बदल रे थोडी
वाढेल निश्चित
आयुष्याची गोडी!

प्रवास

जो काही प्रवास झाला ,
मज वाटते खास झाला .
खडबडीत जरी तो रस्ता ,
हमरस्त्याचा भास झाला.

41. साभार,श्रीमंती,माफी.

साभार

जे दिले नियतीने
साभार घेतले मी.
उज्वल उद्यासाठी
साकडे घातले मी.

श्रीमंती

धन दौलत बंगला गाडी
व्यर्थ जर नाही तेथे नीती,
माणुसकी धर्म हवा अन
दिलदार मनाची श्रीमंती.

माफी

माफी मागून,माफ करून,
नाही बदलत भूतकाळ,
एवढ मात्र नक्कीच होत,
प्रसन्न होतो भविष्यकाळ!

42. पाप,हेतू,अधांतरी.

पाप
धुंडाळले आश्रम सारे
केले किती जपताप
केली किती तीर्थाटने
धुतले जाईना ते पाप.

हेतू
आयुष्यभर केलेस,
हेवेदावे आणि मी तू,
मनास विचार एकदा,
काय जगण्याचा हेतू?

अधांतरी
काडी काडी जमऊन
माझे घरटे बांधले
आयुष्याचे संचित
अधांतरी हे टांगले.

43. प्रकोप,माफी,रान.

प्रकोप

निसर्ग चक्राशी खेळणे
आतातरी थांबायला हवे,
प्रकोप झालां निसर्गाचा
त्यावरून शिकायला हवे

माफी

चुकलं चुकुन काही,लगेच मागावी माफी.
चुकलं कुणाचं काही,करून टाकावं माफ.
बोलुन टाकावं काही,खुपलेलं मना मनात.
किल्मिष नकोच काही,आनंदी नातेसंबंधात,

रान

आता रुजेल बियाणे,
इवला तरारेल अंकुर.
वारा हलवेल झुला,
रान नटेल हिरवेगार!

४४. होड्या,संस्कार,खास.

होड्या
माणसाचे हे आयुष्य,
कागदाच्या होड्या जशा...
भरकटते जीवन,
वारा ठरवितो दिशा...

संस्कार
दुर्लभ जरी टिकून आहे
आज्जीबाईची संस्कारवाणी!
कथा रंजक पुराणातल्या
उद्बोधक परंपरा गाणी!

खास
तुझ्या काही ओळी
माझ्या काही ओळी
जमली बघ खास
झकास चारोळी

45. तुझ्यासवे, माणसे, संधी.

तुझ्यासवे
आधारासाठी काठी हातात
आलाय जरी पाठीला बाक..!
सखे साथीला तुझ्यासवे मी
धीराने चालू उरली वाट..

माणसे
मनातले बोलावे जयांशी
भेटती ना अशी माणसे..!
भावनांशी फुका खेळणारी
खेटती कित्येक माणसे..!

संधी
समस्येतली संधी
अचूक ती हेरावी
उद्याच्या घासासाठी
आज भूकही मारावी

46. बगळे,नाग,भाषा.

बगळे

भावनांच्या त्या बाजारात
निर्दयी ग्राहक सगळे..!
दबा ते धरून बसती
जसे संधिसाधू बगळे ..!

नाग

गारूड्याच्या तालावर डोलणारे
आता दिसत नाहीत तसे नाग..!
विषाचेही झाले आहे प्रदुषण
डंख झाला मनुष्यजन्माचा भाग..!

भाषा

गुंफू नयेच शब्दात
नजरेतल्या भाषेला...
लाऊ नयेच कुणाला
उगाच असे आशेला...

47. नाटकी,कल्पना,व्यर्थ.

नाटकी

बोलतो गोड तोंडदेखले
वागणे अत्यंत हे नाटकी...!
खुलासे देऊ कोणाकोणाला
वक्तृत्वशैली माझी फाटकी...!

कल्पना

लिहित असतो काहीबाही
मला शोधू नका त्या शब्दांत...
जिताजागता आहे समोर
जोखत बसू नका कल्पनांत...

व्यर्थ

सौंदर्य बुध्दी शिक्षण करिअर
पद प्रतिष्ठा पैसा सर्व बेकार ...!
जर जोडीला यांच्या दुराभिमान
आणि नको एवढा तो अहंकार...!

48. आव्हान,घुटमळ,कोंडी.

आव्हान

आलोय मेटाकुटीला पेलताना
इथल्या या जगण्यातले आव्हान...!
कसे काय राखत बसावे भान
घडोघडी सोडून आत्मसन्मान...?

घुटमळ

प्राजक्ताचा सडा अंगणात माझ्या
सुगंध आसमंती दरवळतो...
माहीत आहे येता जाता कशाला
माझ्या आसपास तू घुटमळतो...

कोंडी

चोहोंकडून होतेय कोंडी
जपून मना पाऊल टाक
दिवास्वप्ने होत नाही खरी
वेळीच त्यांना ठेचून टाक

49. खुजी,डाव,सूर्यदेव.

खुजी
अशी माणसे ही
कशी माणसे ही...
खुजी विचारांनी
नव्हे माणसे ही...

डाव
खेळताना पत्त्याचा डाव
राखावा हुकमाचा एक्का..!
राणी असो किंवा गुलाम
विजय आपलाच पक्का..!

सूर्यदेव
उगवत्या सूर्यदेवा
नमस्कार माझा तुला..!
आस्तीत्वाने तुझ्या
अंधकार तो पळाला..!